AF428243

TAMIL VOWELS FOR TODDLERS

TAMIL UNLIMITED LLC
10 Maybelle Court, Mechanicsburg PA 17050
tamilanitham.com

நூலின் பெயர்   :*The Tamil Vowels for Toddlers*

ISBN   *: 979-8-9909905-4-81*

பொருள்   : குழந்தை இலக்கியம்

மொழி   : தமிழ்

மறு பதிப்பு   : அச்சுப்பதிப்பு 2024

நூலின் விவரம்   *: 8.000" x 8.000" (203mm x 203mm)*

எழுத்துரு   : தமிழ் இணையக் கழகம் *TAU* மருதம்

எழுத்துரு அளவு   *: 12*

அச்சகம்   *: IngramSpark*

பதிப்பகம்   *:TAMIL UNLIMITED LLC*
10 Maybelle Court, Mechanicsburg, PA,17050, USA.
+17178025889 ,+17177283999
tamilunltd@gmail.com

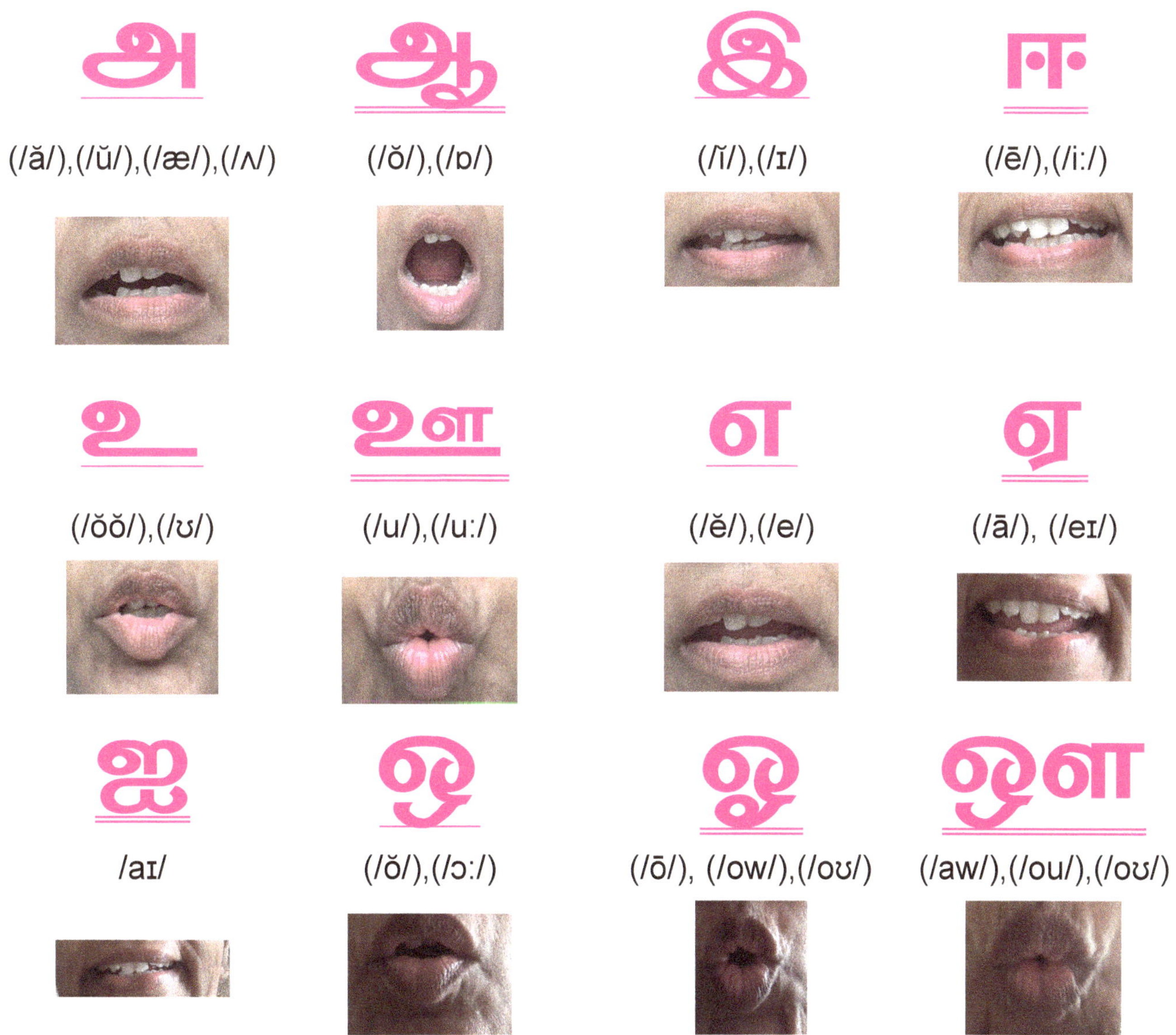

அ — (/ă/),(/ŭ/),(/æ/),(/ʌ/)
ஆ — (/ŏ/),(/ɒ/)
இ — (/ĭ/),(/ɪ/)
ஈ — (/ē/),(/i:/)
உ — (/ŏŏ/),(/ʊ/)
ஊ — (/u/),(/u:/)
எ — (/ĕ/),(/e/)
ஏ — (/ā/), (/eɪ/)
ஐ — /aɪ/
ஒ — (/ŏ/),(/ɔ:/)
ஓ — (/ō/), (/ow/),(/oʊ/)
ஔ — (/aw/),(/ou/),(/oʊ/)

(/ă/),(/ŭ/),(/æ/),(/ʌ/)
Say ah as in about

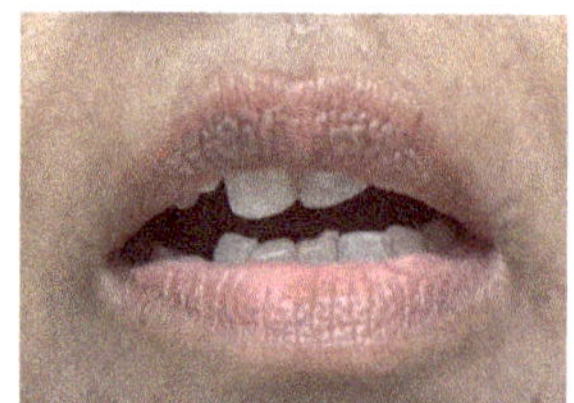

அணில்
ahnnil

அன்னம்
annam

அம்மா
ammaa

அணில்
ahnnil

(/ŏ/),(/ɒ/)

Say aa as in paw

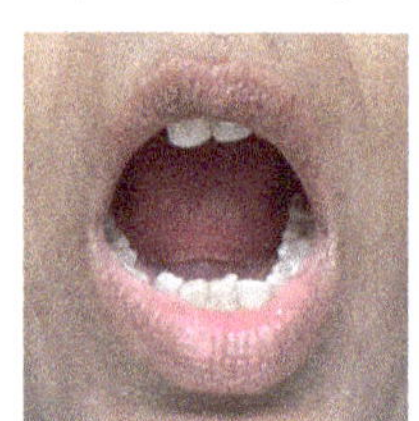

ஆமை
awmie

ஆமை
awmie

ஆந்தை
awnththie

ஆடு
awdu

(/ĭ/),(/ɪ/)

Say ea as in eat

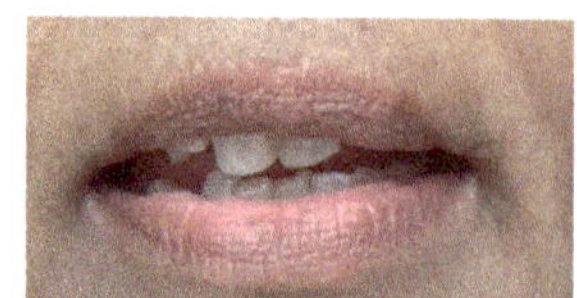

இரண்டு
earanndu

இல்லம்
eallam

இல்லம்
eallam

இலை
ealie

(/ē/),(/i:/)

Say ee as in eel

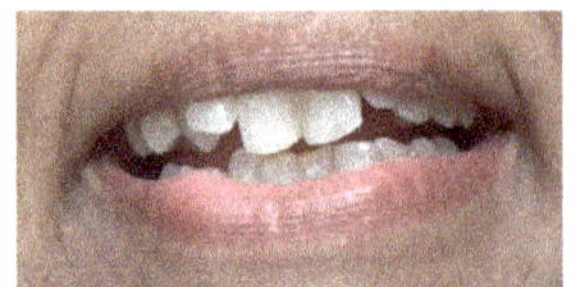

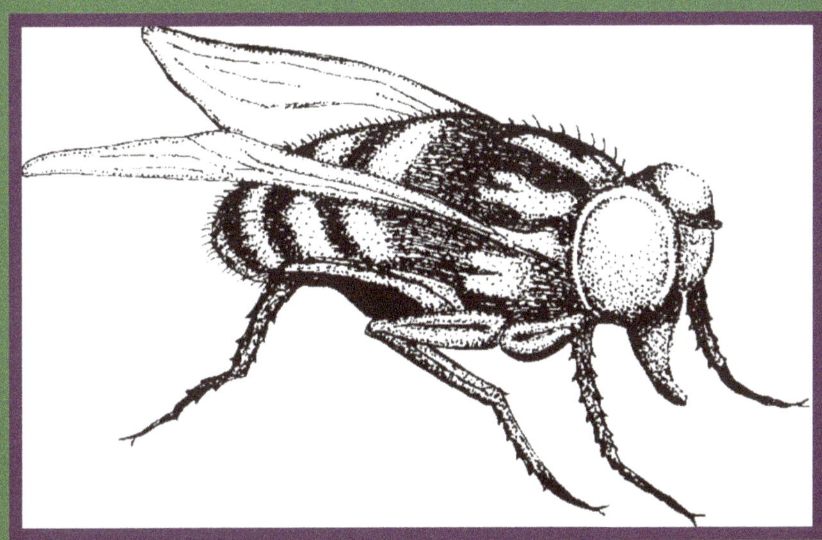

ஈ
ee

ஈட்டி
eetti

ஈ
ee

ஈரம்
eeram

(/o͝o/),(/ʊ/)

Say wu as in few

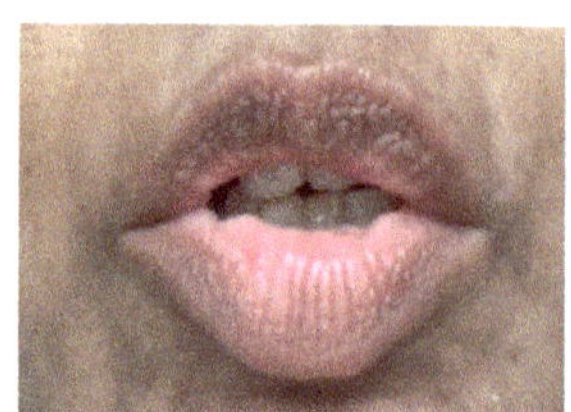

உண்டியல்
wuNndiyal

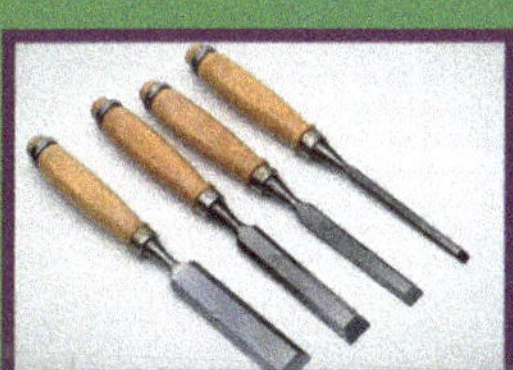

உளி
wuLli

உளி
wuLli

உப்பு
wuppu

(/u/),(/u:/)

Say ooh as in too

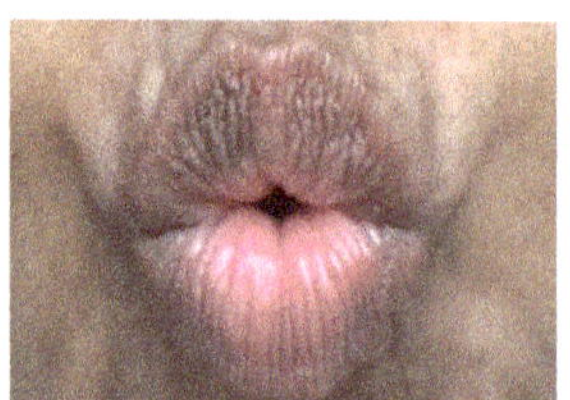

 உஞ்சல்
oohnjjal

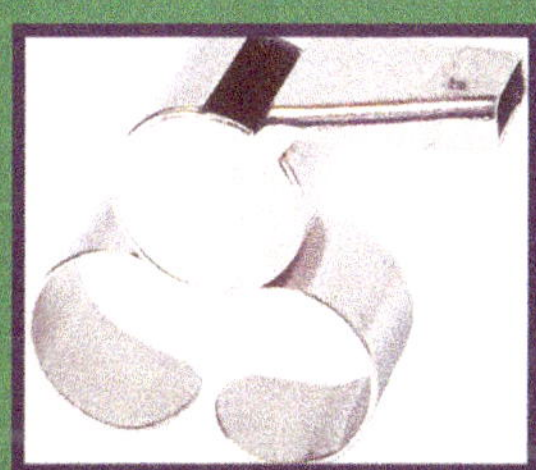

ஊதல்
oohthal

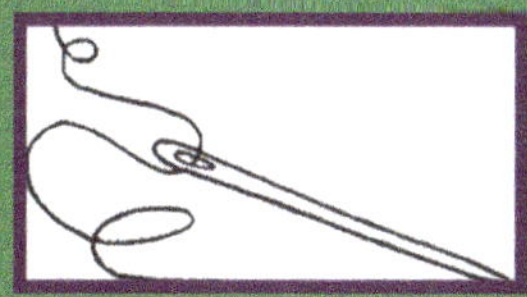

ஊசி
oohsi

(/ĕ/),(/e/)

Say eh as in echo

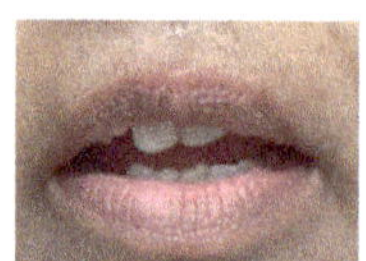

எருது
ehruthu

எலுமிச்சை
ehlumitchchai

எ ருது
ehruthu

8

எட்டு
ehttu

(/ā/), (/eɪ/)
Say ay as in hay

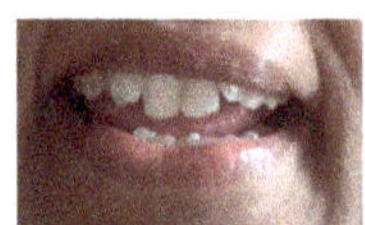

ஏரி
ayri

ஏடு
aydu

ஏடு
aydu

7

ஏழு
aylu

/aɪ/

Say ie as in pie

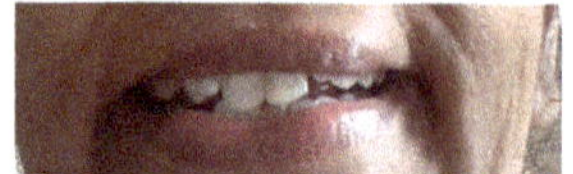

ஐந்து
ieinththu

50

ஐம்பது
aiimbathu

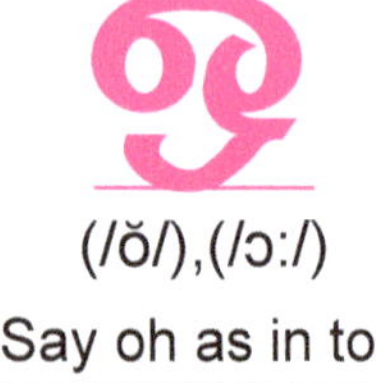

(/ŏ/),(/ɔ:/)

Say oh as in toe

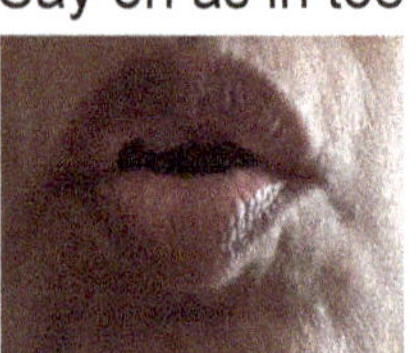

ஒன்று
ohndrru

ஒட்டகச்சிவிங்கி
ohttagachchivingki

ஒட்டகச்சிவிங்கி
ohttagachchivingki

ஒன்பது
ohnbathu

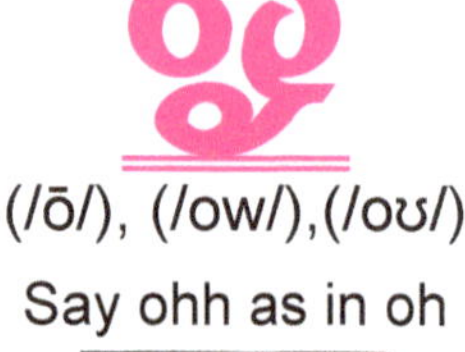
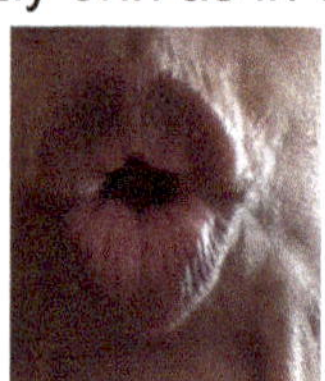

(/ō/), (/ow/),(/oʊ/)

Say ohh as in oh

ஓடம்
ohhdam

ஓட்டம்
ohhttam

ஓடம்
ohhdam

ஓவியர்
ohhviyar

ஔ

(/aw/),(/ou/),(/oʊ/)

Say ow as in owl

ஔ

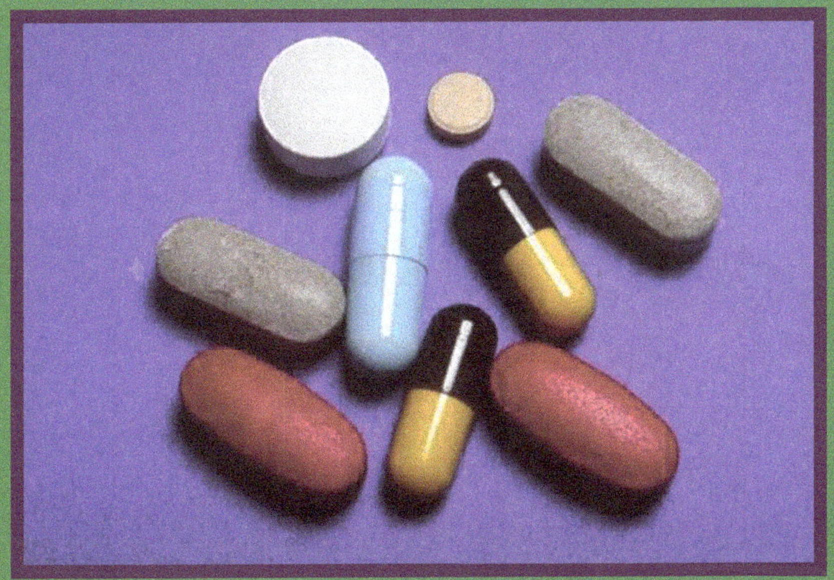

ஒளசீரம்
owseeram

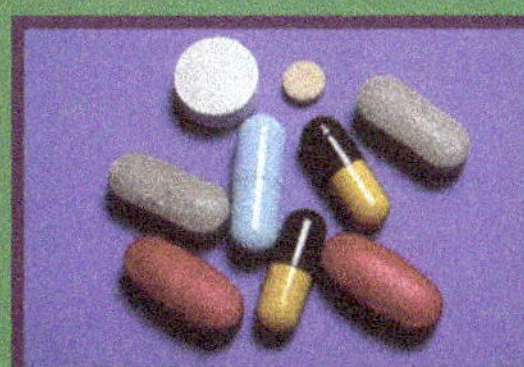

ஒளடதம்
owdatham

ஒளடதம்
owdatham

ஒளதசியம்
owthaseyam

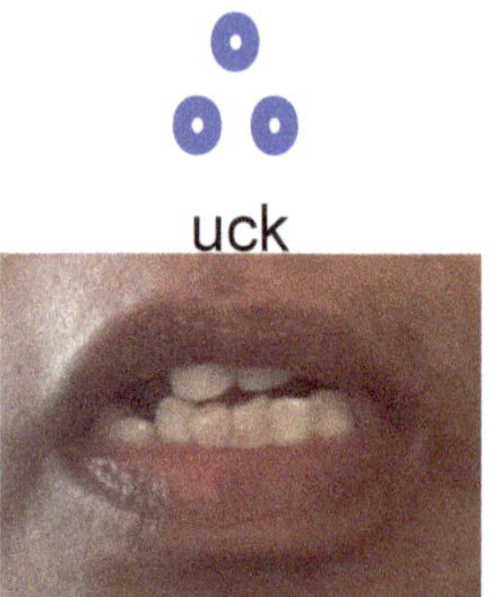

uck

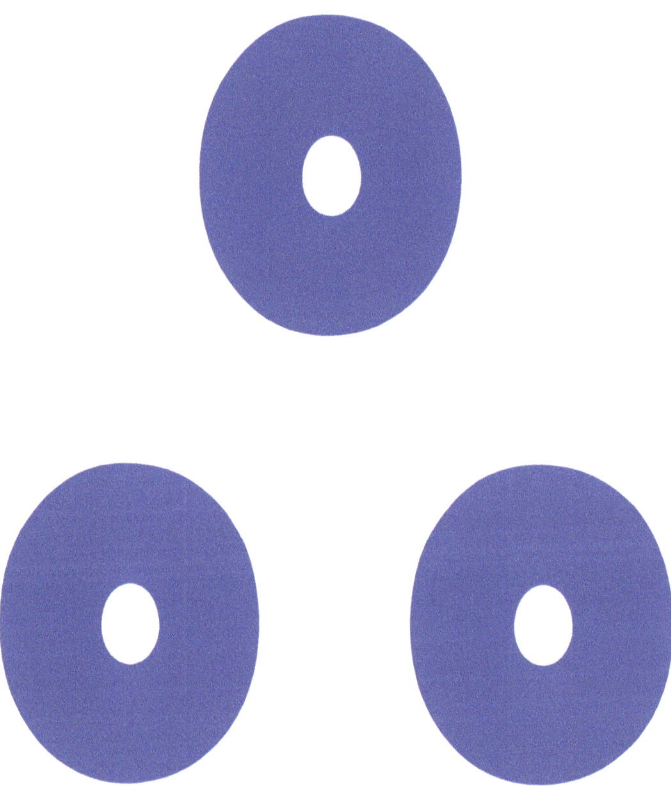